தியாக வரலாறு

கலைஞர் மு. கருணாநிதி

Title: Thiyaga Varalaru

Author: M. Karunanidhi

Language: Tamil

First Published on: 1984

Year of Publication: 2024

Book Format: Paperback

*Page Size: 6inch * 9inch*

Category: Essays

Subject: Political Essays

No. of pages: 28

ISBN: 978-81-996575-1-9

Published by: Nilan Publishers, Madurai, Tamilnadu, India

பொருளடக்கம்

குறிப்புகளுக்காக

பொருளடக்கம்

குறிப்புகளுக்காக

இந்நூல்...

தாய்மொழியாம் தமிழ் மீது நமக்கிருக்கும் பற்றும் பாசமும் தாய்ப்பால் அருந்தும்போதே உடன் ஊட்டப் பட்டவை ஆகும். அதேபோல் தமிழ் மொழியைப் பாதிக்கும் இந்திமொழித் திணிப்பை எதிர்த்து தந்தை பெரியார் அவர் களால் துவக்கப்பட்ட போராட்டம் அறிஞர் அண்ணா அவர் களால் தொடரப்பட்டு தலைவர் கலைஞர் அவர்களால் வழி நடத்தப்பட்டு வருகிறது.

1938இல் சென்னை மாகாணத்து அரசாங்க ஆணை யொன்றை எதிர்த்து மக்கள் கிளர்ந்தெழுந்த மொழிப் போராட்டம், இன்று இந்தியாவின் அரசியல் சட்டத்தையே அறைகூவலுக்கு உள்ளாக்கும் களமாக விரிவடைந்து விட்டது.

நாற்பத்தைந்து ஆண்டுகளாக தமிழகத்தில் இடையறாது - தொடர்ந்து நடைபெற்று வரும் மொழிப் போராட்டத்தைப் போல், உலகத்தில் நீண்டகாலமாக நடை பெறும் அறவழிப்போராட்டம் வேறு ஏதுமில்லை. துளியும் வன்முறையின்றி தங்களைத் தாங்களே வருத்திக்கொள்ளும் தியாகப்படை வரிசையால் வழி நடத்தப்படும் மொழிப் போராட்டத்தை முன்னின்று நடத்தும் தியாகத் தலைவர் கலைஞர் அவர்கள் 1984 சனவரி 25அன்று சென்னையில் நடைபெற்ற தியாகிகள் நினைவுநாள் கூட்டத்தில் ஆற்றிய வரலாற்றுச் சிறப்பு மிக்கபேருரையை இச்சிறுநூல் வடிவில் தி.மு.க இளைஞர் அணியின் சார்பில் வெளியிடுகிறோம்!

தி.மு.க. இளைஞர் அணி

தியாக வரலாறு!

இன்று தியாகிகளுக்கு வீர வணக்கம் செலுத்துகின்ற நாள்! அந்த தியாகிகள் பலர் உயிரிழந்த தியாகிகள். பலர் அடக்குமுறைகளை ஏற்றுக்கொண்டு இன்னமும் விழுப் புண்களோடு வாழ்ந்து கொண்டிருக்கின்ற தியாகிகள். பலர் அடிபட்டு-சிறைச்சாலைகளில் அடைபட்டு விடுதலை பெற்று "நாம் இந்தி எதிர்ப்புப் போராட்டத்தில் ஈடுபட்ட தியாகி" என்று நெஞ்சை நிமிர்த்தி உலவிக் கொண்டிருக் கின்ற தியாகிகள்.

அந்த தியாகிகள் எங்கிருந்தாலும், அவர்கள் தி.மு.கழகத்தில் இருந்தாலும், வேறு பலகட்சிகளிலே இருந்தாலும், குறிப்பாக அ.தி.மு.க.வில் இருந்தா லும் நான் இந்த இடத்தில் நின்று கொண்டு அந்த இந்தி எதிர்ப்புப் போராட்ட தியாகி களுக்கெல்லாம் தலை தாழ்த்தி என்னுடைய வணக்கத்தைத் தெரிவித்துக் கொள்கிறேன்.

தம்பி மிசா கணேசன் இங்கு பேசும் போது "இந்த தியாகிகள் நாளைக் கொண்டாட தி.மு. கழகத்தைத் தவிர வேறு எந்தக் கட்சிக்குத் தகுதி இருக்கிறது?" என்று கேட்டார்.

அது வரவேற்கத்தக்க கேள்வி அல்ல. எல்லோரும் கொண்டாடுகிறார்கள் என்றால் அது சிறப்புக்குரிய ஒன்று என்று பொருள். மற்றவர்கள் கொண்டாடக் கூடாது என்று தடுப்பது நல்லதுமல்ல; நாகரிகமுமல்ல! நம்முடைய வீட்டுக் குழந்தை அழகாக இருக்கின்ற காரணத்தால் எதிர்த்த வீட்டுப்பெண்ணும் அடுத்த வீட்டுப் பெண்ணும் பார்க்கும் போதெல்லாம் அதை கையிலே தூக்கி 'கண்ணே, ராஜா, மணியே" என்றெல்லாம் கொஞ்சுகிறார்கள்.

குழந்தை விகாரமாக சளி ஒழுகுகின்ற மூக்கோடு பறகள் துருத்திக் கொண்டு இருக்குமேயானால் யாரும் தொடமாட்டார்கள்.

அழகான குழந்தை; எனவே அந்தக் குழந்தையை எதிர்த்த வீட்டுப் பெண்ணும், பக்கத்து வீட்டுப் பெண்ணும் எடுத்துக் கொஞ்சினால் "நீ பிள்ளையைப் பெற வில்லையே, இதைக் கொஞ்ச உனக்கு என்ன தகுதி" என்று கேட்பது சரியல்ல. அந்த பெண்மணிகள் பிள்ளை பெறாத காரணத்தினால்தான் பார்க்கிற குழந்தையின் மீதெல்லாம் பரிவும் பாசமும் ஏற்படுகிறது.

ஆகவே நீ அந்தப் போராட்டத்தில் கலந்து கொள்ள வில்லையே! கலந்து கொள்ளாத உனக்கு எங்களைப் பாராட்ட என்ன தகுதியிருக்கிறது என்று கேட்பது தவறு.

சொல்லப்போனால் பலபேர் சுதந்திரப் போராட்ட காலத்தில் பிறந்திருக்கவே மாட்டோம். அதற்காக சுதந்திரப் போராட்ட தியாகிகளைப் பாராட்டவே கூடாது என்று கூற முடியுமா?

தந்தை பெரியார் சுதந்திரப்போராட்டத்தில் ஈடுபட்ட காலத்தில் அவரோடு தோளோடு தோள் நின்ற திரு.வி.க. அவர்கள் எனக்கு நேரடியாக பழக்கம். ராயப்பேட்டையிலே என்னுடைய அருமை நண்பர் கவிஞர் கண்ணதாசன். வீட்டிற்கு எதிரிலே தான் அவர் வாழ்ந்தார். கண்ணதாசனைக் காணச் செல்லுகிற நேரமெல்லாம் திரு.வி.க. அவர்களது இல்லத்திற்குச் சென்று அவரை காணுவது வழக்கம்.

ஒரு காலத்திலே தமிழகத்தின் தேசிய வரலாற்றில் மூன்று பெயர்கள்தான் முனைப்பான பெயர்கள். 'நாயக்கர்', 'நாயுடு', 'முதலியார்'. மூன்று வகுப்புகளை நான் குறிப்பிடவில்லை. மூன்று பட்டப்பெயர்களுக்குரிய தலைவர்களைத்தான் குறிப்பிட்டேன்.

'நாயக்கர்' என்று அழைக்கப்பட்டவர் தான் தந்தை பெரியார். ஈ.வெ. ராமசாமி நாயக்கர் என்ற காரணத்தினால் அவரை

நாயக்கர் என்று காங்கிரஸ் இயக்கத்திலே அழைத்தார்கள். திரு.வி.கல்யாணசுந்தரம், முதலியார் என்ற காரணத்தால் அவர் 'முதலியார்' என்று அழைக்கப் பட்டார். கடைசிக்கட்டத்திலே தான் அவர் திரு.வி.க. என்று ஆனாரே தவிர காங்கிரஸ் இயக்கத்திலே அவரை 'முதலியார்' என்று தான் அழைப்பார்கள்.

அதைப்போலவே தான் 'நாயுடு' என்று வரதராஜுலு நாயுடு அவர்களை அழைப்பார்கள். இந்த மூவரிலே தந்தை பெரியாரின் மாணவன் நான். திரு.வி.க. வை சந்தித்துப் பழகக் கூடிய வாய்ப்பினைப் பெற்றவன் நான். ஆனால் வரதராஜுலு நாயுடு அவர்களை நான் பெயரள வில் கேள்விப்பட்டேனே தவிர சந்தித்துப்பேசுகின்ற வாய்ப்பற்றவன்.

கழக ஆட்சிக் காலத்தில் என்னிடத்தில் ஒரு கோப்பு வந்தது. அதிலே எழுதப்பட்டிருந்த குறிப்பு "அரசினர் தோட்டத்திற்குள்ளே சட்டமன்ற உறுப்பினர்களுக்காக ஒதுக்கப்பட்டிருந்த ஒரு வீட்டில் ருக்மணியம்மாள் என்கின்ற ஒரு பெண்மணி நீண்ட காலமாக இருக்கிறார். அவர்கள் அந்த வீட்டிலே குடியிருக்க எந்த விதமான தகுதியும் இல்லாதவர்கள். (தகுதியில்லாதவர்கள் என்றால் கௌரவம் இல்லாதவர்கள் என்று பொருள் அல்ல; சட்டமன்ற உறுப்பினராகவோ மேலவை உறுப்பினராகவோ பதவி வகிக்காதவர்கள்) அந்த வீட்டை உடனடியாக அவர்கள் காலிசெய்யவேண்டும்" என்று அதிகாரிகளின் குறிப்போடு அந்த கோப்பு வந்தது. பக்கத்தில் இருந்த செயலாளரிடத்தில் ருக்மணியம்மாள் யார் என்று கேட்டேன். அவர், "டாக்டர் வரதராஜுலு நாயுடு அவர்களின் துணைவியார்" என்று சொன்னார்.

நான் அந்தக் கோப்பில் "பெருந்தியாகி ஒருவருடைய துணைவியார் அவர்; எனவே அந்த தியாகத்தை மதிக்கின்ற அளவுக்கு இந்த அம்மையார் உயிரோடு இருக்கின்ற வரையில் அந்த வீட்டை அவர் காலி செய்யத் தேவையில்லை; அங்கேயே அவர் தொடர்ந்து வாழட்டும்" என்று எழுதினேன்.

இதை சொல்வதற்குக் காரணம் ஒன்று உண்டு. 1938-ம் ஆண்டு இந்தி எதிர்ப்பு போராட்ட களத்தில் காங்கிரஸ் பேரியக்கத்திலிருந்து நாவலர் சோமசுந்தர பாரதியார் போன்றவர்கள் மொழி ஆர்வத்தின் காரண மாக தங்களை விடுவித்துக் கொண்டு, தமிழர் இயக்கத்திலே தங்களை இணைத்துக் கொண்ட அந்த காலத்தில் மறைந்துவிட்ட நம்முடைய தலைவர்களில் ஒருவரான என்.வி.என். அவர்கள் காங்கிரஸ் இயக்கத்திலேயிருந்து தன்னை விடுவித்துக் கொண்டு இந்தி எதிர்ப்புப் போராட் டத்திலே ஈடுபட்டார்.

அந்த என்.வி.என். அவர்கள் பேரறிஞர் அண்ணா அவர்களிடத்தில்-பெரியார் அவர்களிடத்தில்-என்னி டத்தில் எவ்வளவு நெருங்கிப் பழகியவர் என்பதெல் லாம் உங்களுக்குத் தெரியும். அவர் இந்தி எதிர்ப்புப் போராட்டக்களம் சென்றார். அவருடைய துணைவியார் புவனேஸ்வரி நடராசன் அவர்களும் கர்ப்பவதியாக இருந்த அந்த காலகட்டத்திலே அவரும் சிறைச்சாலைக்குச் சென்றார்.

தி.மு.கழகம் ஆட்சி பொறுப்பேற்று அண்ணா பேரறிஞர் முதலமைச்சராக பொறுப்பேற்ற நேரத்தில் என்.விஎன். அவர்களும் அமைச்சர் ஆவார் என்று பலரும் எதிர் பார்த்தார்கள். சில பல காரணங்களால் என்.வி.என். அவர்கள் அப்போது அமைச்சராக முடியவில்லை. மேலவை உறுப்பினராக; மேலவை அரசாங்க கொறடாவாக அவர் பணிபுரிந்து வந்தார்.

அண்ணா அவர்களுடைய மறைவுக்குப் பிறகு ஒரு காலத்திலே காங்கிரஸ் பேரியக்கத்தையே கைகழுவி விட்டு தமிழ் மொழியைக் காக்க இந்தி எதிர்ப்புப் போராட்டத்திலே ஓடோடி வந்த என்.வி.என். அவர் களை மறக்காமல் அவருக்கு நன்றி கடன் ஆற்ற வேண்டும் - ஏதோ வாய்ப்பளிக்க வேண்டும் என்றல்ல. அவருக்குச் செலுத்த வேண்டிய காணிக்கையை செலுத்த வேண்டும் என்பதற்காக அவரை என்னுடைய அமைச் சரவையிலே ஒரு அமைச்சராகப் பொறுப்பேற்றுக் கொள்ள வேண்டும் என்று கேட்டுக்

கொண்டேன். அமைச்சர் பதவி கொடுத்தேன் என்று சொல்ல மாட்டேன்; பொறுப்பேற்க வேண்டும் என்று கேட்டுக் கொண்டேன்.

என்.வி.என். அமைச்சராகப் பணியாற்றினார். அவர் மறைந்த பிறகு சில மாதங்கள் கழித்து அரசினர் தோட்டத்திலேயிருந்த பெரிய வீட்டிலே இருந்து மாற் றிக் கொண்டு அங்கேயிருந்த இன்னொரு வீட்டிற்கு அவர்களுடைய குடும்பத்தினர் குடி பெயர்ந்தார்கள்

அந்த நேரத்திலே எனக்கு மீண்டும் ஒரு கோப்பு வந்தது."இப்போது இங்கு குடியிருப்பவர்கள் என்.வி.என் அவர்களுடைய துணைவியார். அவர் இங்கே குடியிருப்பதற்கு அவர் எம்.எல்.ஏவாகவோ எம்.எல்.சியாகவோ இல்லை. எனவே அந்த வீடு காலி செய்யப்பட வேண்டும்" என்ற குறிப்போடு எனக்கு அந்தக் கோப்பு வந்தது.

அதிலே நான் ஏற்கனவே ஒருமுறை தியாகத்தை மதிப்பதற்காக வரதராஜுலு நாயுடு அவர்களுடைய மனைவி ருக்மணியம்மாள், அவரது காலம் வரை இங்கே வாழலாம் என்று எப்படி உத்தரவு போடப்பட்டதோ அதே உத்தரவைப் பின்பற்றி இந்த உத்தரவும் போடப் படுகிறது. "இந்த அம்மையாரும் அவரது காலம் வரை அந்த வீட்டிலேயே தொடர்ந்து வாழலாம்" என்று உத்தரவிட்டேன்.

அதற்குப் பிறகு எம்.ஜி ஆருடைய ஆட்சி அமைந்த சில மாதங்களுக்கெல்லாம் தம்பி என்.வி.என்.சோமுவும், தம்பி என்.வி.என். செல்வமும் ஒரு நோட்டீசோடு என்னிடத்திலே வந்தார்கள். நோட்டீஸ் என்றால் பொதுக் கூட்டத்திற்கு விநியோகிக்கப்படுகின்ற துண்டு நோட்டீஸ் அல்ல; அரசாங்கத்திடமிருந்து அவர்களுக்கு அனுப்பப்பட்ட நோட்டீஸ்.

அந்த நோட்டீசில் "உடனடியாக நீங்கள் வீட்டை காலி செய்யவேண்டும்" என்று இருந்தது. அதை பத்திரிகைகளில் வெளியிட்டு கூட்டங்களில் பேசி, அந்த வீடு அவர்களுக்கே

நிலை பெறவேண்டும் என்று தி.மு. கழகம் வாதிட்டது. ஒரு வேளை எம்.ஜி.ஆருடைய கவனத்திற்கு வராமலே கூட அப்படி ஒரு நோட்டீஸ் வந்திருக்கலாம். நான் இந்த நாளில் யாரையும் குறைகூறிப் பேசவேண்டும் என்று கருதவில்லை.

ஆக தி.மு.கழகம், காங்கிரஸ் பேரியக்கத்திலேயிருந்து சுதந்திரப் போராட்டத்திற்காகப் போராடியவர் களாக இருந்தாலும், தி.மு.கழகத்திலே இருந்து போராடியவர்களாக இருந்தாலும், அல்லது வேறு இயக்கத்திலேயிருந்து போராடியவர்களாக இருந்தாலும் அவர்களை என்றைக்கும் மறந்ததில்லை.

இன்றைக்கு யாராவது அவர்களுக்கு காணிக்கை செலுத்துவார்களேயானால் அதையும் பாராட்ட கடமைப் பட்ட கழகம் தான் தி.மு.கழகம்.

நாமக்கல் ராமலிங்கம்பிள்ளை அவர்கள் தமிழக அர சின் ஆஸ்தான கவிஞராக ஒரு காலத்திலே இருந்தார். மேலவை உறுப்பினராகவும் இருந்தார். அவர் அந்த உறுப்பினர் பதவியை இழந்த பிறகு அவருடைய குடும்பத்திற்கு தி.மு.கழக அரசு மாதந்தோறும் உதவிப் பணத்தை அனுப்பியது. அதற்கு அவர் நன்றி செலுத்தி எழுதிய பல கடிதங்கள் என்னிடத்திலே உள்ளன. அவர் காங்கிரஸ் இயக்கத்தைச் சேர்ந்தவர். ஆனாலும் விடுதலைப் போராட்டத்திற்கு அவர் எழுதிய கவிதைகள் முரசங்களாக அமைந்தன என்ற காரணத்தினால் அவருடைய தியாகத்தை பாராட்டி தி.மு.கழக அரசு அவருக்கு அந்த உதவிப் பணத்தை மாதந்தோறும் அனுப்பி வந்தது,

அப்படி அவருக்கு அனுப்புகிறோம் என்று கேள்விப் பட்டவுடன் காலஞ்சென்ற அவ்வை டி.கே. சண் முகம் அவர்கள் எனக்கு ஒரு கடிதம் எழுதினார். அதில் "நாமக்கல் ராமலிங்கம் அவர்களைப் போலவே பரலி சு. நெல்லையப்பர் அவர்களும் கஷ்டப்பட்டுக் கொண்டிருக்கிறார்கள். அவரும் தேசிய இயக்கத்திலே ஈடுபாடு கொண்டவர். அவருக்கும்

உதவித் தொகை அளிக்க வேண்டும்" என்று எழுதினார். கடிதம் கிடைத்த மறு நாளே அவருடைய வேண்டுகோளை ஏற்று அவருக்கு மாதாந்திர உதவித்தொகை அளிக்கப்பட்டது.

அது மாத்திரமல்ல; தென் ஆப்பிரிக்காவிலே காந்தியடிகளோடு இணைந்து நின்று போராட்டத்திலே ஈடுபட்டவர்கள் தில்லையாடி வள்ளியம்மாள், நாகப்பன், நாராயண சாமி என்கின்ற தாழ்த்தப்பட்ட சமுதாயத்தைச் சேர்ந்த மூன்று உடன்பிறப்புக்கள். அந்த தில்லையாடி வள்ளியம்மாள் பெயரால் 'வள்ளியம்மாள் நகர்' என்று தில்லை யாடியிலே ஒரு நகரை கழக ஆட்சி காலத்தில் உருவாக்கினோம். நாகப்பன் பெயரால், நாராயணசாமி பெயரால் இல்லங்களை அமைத்தோம். இன்றைக்கும் தில்லையாடிக் குச் சென்றால் வள்ளியம்மாள் பெயரிலே அமைந்துள்ள நினைவுச் சின்னங்களைக் காணலாம்.

எனவே தி.மு.கழகம் தி.மு.கழக தியாகிகளைத் தான் பாராட்டும்; வேறு கட்சித் தியாகிகளைப் பாராட்டாது என்றில்லாமல் இன்றல்ல; அன்று முதல் இன்றும் சரி; என்றும் சரி; பாராட்ட-போற்ற-புகழ-பின்பற்றக் கூடிய ஒரு இயக்கம் தான் தி.மு.கழகமாகும்.

அப்படிப்பட்ட கழகம் இந்தி எதிர்ப்புப் போராட்டத்திலே மாண்டு மடிந்தவர்களையும் அதிலே ஈடுபட்டு அடக்கு முறைகளை ஏற்றவர்களையும் நினைந்து அவர்கள் உயிரோடு இருந்தால் அவர்களுக்கும், உயிரோடு இல்லா விட்டால் அவர்களுடைய குடும்பங்களுக்கும் மரியாதையை-வீரவணக்கத்தைத் தெரிவித்துக் கொள்கிற நாளாகத்தான் இந்தநாளை கருதுகிறது.

'பத்தொன்பது ஆண்டுகளுக்கு முன்பு இதே நாள் 1965ம் ஆண்டு ஜனவரி 25ம் தேதி இதே நேரத்தில் குளித்தலையிலே இந்தி எதிர்ப்பு பொதுக் கூட்டத்திலே பேசிவிட்டு அண்ணா அறிவித்த போராட்டத்திலே கலந்து கொள்வதற்காக கோவை நோக்கிச் செல்லும்போது கரூருக்கு அருகாமையில்

என்னுடைய காரை போலீசார் சுற்றிவளைத்து என்னை கைது செய்த நாள் இந்த நாள்.

அதே நாளில் பேரறிஞர் அண்ணா கைது செய்யப்பட்டார். என்னைத் தொடர்ந்து பல்லாயிரக்கணக்கான தி.மு.கழக செயல் வீரர்கள், கழகத்தின் இன்றைய பொதுச்செயலாளர் பேராசிரியர், நாவலர் இப்படி பலரும் அன்றைய தினம் கைது செய்யப்பட்டார்கள். கைது செய்யப்பட்ட நாங்கள் பத்து அல்லது பதினைந்து நாட்களுக்குப் பிறகு விடுவிக்கப்பட்டோம். அதற்குப் பிறகுதான் பாளையங்கோட்டை சிறைச்சாலைக்கு இழுத்துச் சென்று தனிமைச் சிறையில் என்னை அடைத்தனர்.

நாம் நடத்தியது மொழிப்புரட்சி. அந்தமொழிப் புரட் சிக்கு வித்திடப்பட்ட ஆண்டு 1938ம் ஆண்டு. அரசியலிலே எப்படிப்பட்ட மகத்தான மாறுதல்கள் விளையக் கூடும் என்பதற்குச் சான்றுதான் 1938ம் ஆண்டில் சென்னை ராஜதானியினுடைய பிரதமராக- ஆங்கிலத்தில் பிரிமியர் என்பார்கள்- ராஜாஜி அவர்கள் இருந்தார்கள். அந்த 38ம் ஆண்டில் தான் ராஜாஜி தமிழ்நாட்டில் கட்டாய இந்தியை மாணவர்கள் மீது திணித்தார். அதை எதிர்த்துத் தான் பெரும் பேராட்டம் உருவாயிற்று. அப்பொழுதெல் லாம் தந்தை பெரியாருக்கு 'பெரியார்' என்ற பட்டம் கூட கொடுக்கப்படவில்லை. தோழர் ஈ.வெ.ரா. என்றுதான் பெரியார் அழைக்கப்பட்டார்.

நான் அதைச் சொல்வதற்குக் காரணம் திருவாரூரைச் சேர்ந்த பாவலர் பாலசுந்தரம் சுயமரியாதை மாவீரர். இன்றைக்கும் அவருடைய குடும்பத்தார் திராவிடர் கழகத்திலே இருக்கிறார்கள். அவருடைய துணைவியார் பெயர் பட்டம்மாள். அந்த பாவலர் பாலசுந்தரம் நல்ல கவிஞரும் கூட! அந்த 38ம் ஆண்டு இந்தி எதிர்ப்புப் போராட்ட நேரத்திலே பாலசுந்தரம் ஒரு பாடலை எழுதினார்.

கருணை இனுமில்லையா காங்கிரசாரே!
கதரும் பலன் தொல்லையா?
செந்தமிழ்த் தாயவள் சிந்திடும் கண்ணீரால்
தேசமே பாழாகுமன்றோ!
கருணை இனுமில்லையா காங்கிரசாரே!
கதரும் பலன் தொல்லையா?

அப்பொழுது ஜெகதீசன் என்று ஒருவர் உண்ணா விரதம் இருந்தார். அவருக்கு ஸ்டாலின் ஜெகதீசன் என்று பட்டம்.

பட்டினித் தவமிருக்கும் பாலன் ஜகதீசன்
பலம் குறைந்ததைக் காணீரோ
பாவி உங்களுக்கு
கருணை இனுமில்லையா காங்கிரசாரே?
கதரும் பலன் தொல்லையா?

அப்பொழுது இந்தி எதிர்ப்பு சுற்றுப்பயணம் மேற்கொண்ட தலைவர்களுடைய பெயர்களெல்லாம் அந்தப் பாடலில் வரும். அப்பொழுதுதான் அண்ணா அரசியலிலே ஈடுபடத் தொடங்கிய நேரம். அண்ணா பெயர் அந்த பாடலிலே இடம் பெறவில்லை.

தோழர் ஈ.வே.ராமசாமியும் விசுவநாத்
சோமுடன் பாண்டியன் பாலும்,
சுற்றுப் பிரயாணம் செய்து
உம் சூழ்ச்சியை சுக்கானில் மாட்டுறார்
மேலும் கருணை இனுமில்லையா காங்கிரசாரே!
கதரும் பலன் தொல்லையா?

இதில் விசுவநாத் என்பது முத்தமிழ் காவலர் கி.ஆ.பெ. அவர்களையும், சோமு என்பது சோமசுந்தர பாரதியாரையும், பாண்டியன் என்பது சௌந்தர பாண்டியனையும், பாலு என்பது கே.எம். பாலசுப்ரமணியத்தையும் குறிக்கும்.

இந்தப் பாடல் இன்னமும் நான் மறவாமல் மனப்பாடம் செய்ததைப் போல கடகட வென்று சொல்லுகின்ற அளவிற்கு நெஞ்சிலே பதிந்துவிட்ட பாடல்.

இத்தகைய பாடல்கள் பாடப்பட்ட அந்தக் காலத் தில் பள்ளிப் பருவத்தினன் நான்; துள்ளி விளையாட வேண்டிய வயதுதான். ஆனாலும் கையிலே தூக்கப் பட்டது தமிழ்த்தாயின் கொடி.

திருவாரூரில் நாள்தோறும் இந்தி எதிர்ப்பு ஊர்வலங்கள் நடைபெறும். அந்த ஊர்வலத்தில் ராஜாஜி அவர்கள் தன்னுடைய கையிலே ஒரு கட்டாரியை ஏந்தியிருப் பதைப்போலவும், தமிழ்த்தாய் அந்த கட்டாரியின் இலக்கிற்கு ஆளாகின்ற சூழ்நிலையும், தமிழ்த்தாயைக் காப்பாற்ற தமிழர்களெல்லாம் துடித்தெழுவதைப் போலவும் அமைக்கப்பட்ட 'கட்-அவுட்' ஒன்று எடுத்து வரப்படும் நாங்களெல்லாம் முழக்கங்களை எழுப்பிக்கொண்டு செல்வோம். நாங்கள் 'தமிழ் வாழ்க!' 'இந்தி ஒழிக' என்று சொல்வோம். காங்கிரசார் போட்டி ஊர்வலம் நடத்தி, போட்டிக் கூட்டம் நடத்தி 'தமிழ் வாழ்க' 'இந்தி பரவுக' என்று சொல்வார்கள். தமிழ் வாழ்க என்று சொல்லா விட்டால் ஆபத்து என்று கருதியோ என்னவோ 'தமிழ் வாழ்க!' என்று சொல்லிவிட்டு 'இந்தி பரவுக!' என்று சொல்லுவர்கள்.

ஆயிரம் பேர் சிறைச்சாலைக்குச் சென்றார்கள். 'தமிழ் மணி' என்று அப்பொழுது ஒரு ஏடு! கிறித்துவ நண்பர் ஒருவர் அதன் ஆசிரியர். வலுவான காங்கிரஸ்காரர். ஆயிரம் பேர் சிறை சென்ற போது அந்தப் பத்திரிகையில் கொட்டை எழுத்தில் -'ஆயிரத்து ஒன்று ஹம்பக்" என்றே போட்டார். ஆயிரத்து ஒரு பேர் சிறைச் சாலைக்குச் சென்றனர் என்று பத்திரிகையிலே நாம்செய்தி வெளியிட்டபோது, அதை அவர் இப்படி நையாண்டி செய்தார்.

அப்பொழுது சட்டமன்றத்தில் சர்.ஏ.டி. பன்னீர் செல்வம் எதிர்க்கட்சி வரிசையிலே வீற்றிருந்தார். அவர் இந்தியை

எதிர்த்துப் பேசுகிறார். அப்படிப் பேசும்போது அன்றைய பிரதமர் ராஜாஜி எழுந்து பன்னீர் செல்வத்தைப் பார்த்து "இந்த நாட்டிலே யார் இந்தியை எதிர்க்கிறார்கள்? எனக்குத் தெரியாதா? ஒரே ஒரு ராமசாமி நாயக்கரும், காங்கிரஸ் கட்சியிலிருந்து வெளியேறிவிட்ட ஒரே ஒரு சோமசுந்தர பாரதியாரும் தான்" என்று சொன்னார். உடனே பன்னீர்செல்வம் "இரண்டு பேர் எதிர்க்கிறார்கள்.ஆனால் கொண்டு வருவது நீங்கள் ஒருவர் தான். அதிலும் மெஜாரிட்டி எங்களுக்குத்தான்" என்று முழங்கினார்.

தொண்டை மண்டில உயர்நிலைப் பள்ளியின் முன்பு சாரை சாரையாக தமிழ்த் தொண்டர்கள் இந்தியை வீழ்த்த அன்றைக்கு படையெடுத்தார்கள். அப்படி படை யெடுத்தவர்களில் இருவர் தான் தாளமுத்து-நடராசன் என்ற தாழ்த்தப்பட்ட சமுதாயத்தைச் சேர்ந்த தோழர்கள். அவர்கள் சிறைச்சாலையிலே மடிந்தார்கள். அவர்கள் மடிந்த செய்தியைக் கேட்டு ராஜாஜி "படிக்கவில்லை ஆகவே செத்துப் போய்விட்டார்கள்" என்று சொன் னார்.

அத்தகைய ஆணவ மொழிகளுக்கு சொந்தக்கார ராக இருந்த அதே ராஜாஜி தான் 1965. ம் ஆண்டு இந்தி ஆதிக்க எதிர்ப்பு போராட்ட தளகர்த்தராக மாறினார். அதுதான் சரித்திரத்தின் பெரும் மாற்றம். அவ்வளவு ஆண்டுகாலம் பிடித்தது அவருக்கு. இந்தி ஆதிக்கத்தால் இந்தி பேசுகிற மாநிலத்தைச் சேர்ந்த மக்களைத் தவிர மற்ற மக்களெல்லாம் குறிப்பாகத் தமிழ் நாட்டு மக்கள் இரண்டாம் தர குடிமக்களாக ஆகி விடுவார்கள் என்று ராஜாஜி கருதினார். நானும் ராஜாஜி அவர்களும் தோழர் ஈ.வெ.கி. சம்பத் அவர்களும் லட்சுமிபுரம் யுவர் சங்கத் தில் பேசினோம். இந்தி எதிர்ப்புப் போராட்ட முழக் கத்தை ராஜாஜி அவர்களும் நானும் ஒரே மேடையி லிருந்து செய்யக் கூடிய வாய்ப்பு அன்றைக்கு ஏற்பட்டது.

38-ம் ஆண்டு எந்த ராஜாஜியினுடைய கையிலே இந்தி என்கின்ற கத்தியைக் கொடுத்து தமிழ்த் தாயை குத்தப்போகிறார் என்று சித்தரிக்கப்பட்ட கட் அவுட்டை

தள்ளிக்கொண்டு போனானோ அந்தக் கருணாநிதி 64-ம் ஆண்டிலே அதே ராஜாஜியோடு லட்சுமிபுரம் யுவர் சங்கத்தில் இந்தி ஆதிக்கத்தை எதிர்த்துப் பேசுகின்ற நிலை உருவாகியது என்றால் அரசியலிலே மாத்திரமல்ல; தமிழகத்தின் மொழிப் போராட்ட வரலாற்றில் எவ்வளவு பெரிய மகத்தான வெற்றி கிடைத்தது என்பதை நீங்கள் மறந்து விடக்கூடாது,

64-ல் அத்தகைய பிரளயம் உருவாகி 65-ல் அந்த எரிமலை வெடித்ததற்கு என்ன காரணம்?

64-ம் ஆண்டு டிசம்பர் 13-ம் நாள் டெல்லியில் முதலமைச்சர்களுடைய மாநாடு ஒன்று நடைபெற்றது. அப்போது தமிழக முதல்வராயிருந்த பெரியவர் பக்தவத்சலம் அவர்களும் அந்த மாநாட்டில் கலந்து கொண்டார். மத்திய உள்துறை அமைச்சராயிருந்த நந்தா அந்த மாநாட்டில் "ஜனவரி 26க்குப் பிறகு ஆங்கிலத்தைப் போல் இந்தியிலும் முக்கியமான எல்லா சுற்றறிக்கைகளும் நிலையான உத்தரவுகளும், கெஜட் வெளியீடுகளும் வெளியிடப்படும்" என்று அறிவித்தார்.

அதையொட்டி மத்திய கல்வி அமைச்சர் சாக்ளா "இந்தி பேசாத மாநிலங்களில் இந்திப் பிரச்சாரத்திற்கு ஆகும் செலவுகள் அனைத்தையும் மத்திய அரசே ஏற்றுக் கொள்ளும்" என்று அறிவித்தார்.

ஆட்சி மொழி மசோதாவின்படி 1965 ஜனவரி 26 முதல் இந்தி, இந்தியாவின் ஆட்சி மொழியாகிறது என்பதற்கான அறிவிப்பு நந்தா அவர்களால் வெளியிடப் பட்டது. அதற்குபின்தான் தமிழகம் கொதித்தெழுந்தது.

அந்த நேரத்திலே தமிழகத்திலே அமைச்சராயிருந்த கக்கன், "இந்தி கூடாது என்று நாம் இடக்கு பண்ணினால் (அவருடைய வார்த்தைகளிலேயே சொல்கிறேன்) மந்திரி சபையையே விலக்கி வீட்டுக்கு அனுப்பி விடுவார்கள்" என்று சொன்னார்.

9-1-65 அன்று 'சுயராஜ்யா' பத்திரிகையிலே கட்டுரை எழுதிய ராஜாஜி குறிப்பிடுகிறார்,

"தென்னக மக்கள் தாமாக விரும்பாத வரையில் அவர்கள் மீது நாங்கள் ஒரு போதும் இந்தி யைத் திணிக்க மாட்டோம் என்பது நேருவின் சாசனம். ஆனால் பிரிட்டானிய பேரரசர் ஜானின் மாக்னகாட்டாவுக்கு ஒப்பான அந்த வாக்குறுதிக்கு மாறுபட்ட ஒரு சட்டம் செயலாவதைத் தான் 1965 ஜனவரி 26 காணப்போகிறது. நல்ல நாட்டுப் பற்றுள்ள முன்னறிவுள்ள இந்திய குடிமக்கள் மூன்று கோடி பேரை (தமிழர்களை) கோபம் கொள்ள-பிரிவினைக்காரர்களாக மாற்றும் சட்டமே இது.

கட்டாயமாக அரசியலமைப்புச் சட்டத் தின் 17-ம் பிரிவு-ஆட்சி மொழி பற்றிய பிரிவு அரபிக் கடலில் தூக்கி எறியப்பட வேண்டும்."

இது சுயராஜ்யா பத்திரிகைகளில் ராஜாஜி எழுதியது.

ரகுமான்கான் பேசும் போது வங்காள விரிகுடாவில் தூக்கி எறியவேண்டும் என்று சொன்னார்.வங்காள விரிகுடாவில் தூக்கி எறிந்தால் தமிழகத்தின் ஓரத்தில் வந்து சேர்ந்து விடுமோ என்ற பயத்தில் அரபிக் கடலில் தூக்கி எறிய வேண்டும் என்று ராஜாஜி சொன்னார்.

ராஜாஜி 9-1-65 அன்று "சுயராஜ்யா"வில் எழுதினார். ஆனால் 8-1-65 அன்று தி.மு. கழகத்தின் செயற் குழு சென்னை அறிவகத்தில் கூடியது. அண்ணா அவர்களுடைய முன்னிலையில் என்ன தீர்மானம் நிறைவேற்றப்பட்டது தெரியுமா?

"65 ஜனவரி 26-ம் நாளான குடியரசு நாளின் முக்கித்துயவத்தை தி.மு. கழகம் உணர்ந்திருந்த போதிலும் தென்னக மக்களின் விருப்பத்தையும் நலத்தையும் சீரழிக்கக் கூடிய விதத்தில் அந்த

நாளை இந்தித் திணிப்பு நாளாக இந்திய பேரரசு மேற்கொண்டிருப்பதாலும் அந்த நாளில் இந்தி எதிர்ப்பு உணர்ச்சியை நாம்வெளிப்படுத்தா விட்டால் தென்னகம் இந்தியை ஆட்சி மொழியாக ஏற்றுக் கொண்டுள்ளது என்று இந்திய அரசால் திரித்துக் கூறப்படும் என்பதை உணர்வதாலும், அந்த நாளில் தென்னக மக்களின் இந்தி எதிர்ப்பு உணர்ச்சியையும் மனக் கொதிப்பையும் காட்டும் அறிகுறியாக அந்த நாளை துக்க நாளாக கொண்டாடு வதென்றும், அன்று எல்லா ஊர்களிலும் கண்டனக் கூட்டங்களை நடத்துவதென்றும் துக்க நாளின் அறிகுறியாக கறுப்புக் கொடிகள் கட்டுவது; கறுப்புச் சின்னம் அணிவது என்றும் செயற்குழு முடிவு செய் கிறது"

குடியரசு நாளை துக்க நாளாகக் கொண்டாடுவதா என்று கேட்ட போது அண்ணா அவர்கள் "குடியரசு நாளின் சிறப்பை குறைத்திட வேண்டும் என்பது கழகத்தின் குறிக்கோள் அல்ல! மத்திய அரசினர் அந்த ஆண்டு குடியரசு நாள் முதல் இந்தியை கொலுவேற்றியே தீருவோம் என்று குறியாக இல்லாமல் வேறு ஒரு நாளை தங்களுடைய திணிப்பு முயற்சிக்கு தேர்ந்தெடுத்திருந்தால் அந்த வேறொரு நாளைத்தான் துக்க நாளாக கொண் டாடுவதென்று நாங்கள் தீர்மானித்திருப்போம். ஆனால் டெல்லியில் இருப்பவர்கள் அதில் பிடிவாதத்தைக் காட்டுவதால் அந்த நாளை துக்க நாளாகக் கொண்டாடுவதை எங்கள் கடமையாகக் கருதுகிறோம்" என்று பதில ளித்தார்.

"சட்டமன்றத்தில் பக்தவத்சலம் குடியரசு நாள் புனிதமானது. அன்று துக்க நாள் கொண்டாடுவது தவறு. அது பற்றி அரசு தக்க நடவடிக்கை எடுக்கும்" என்று சொன்னார். அதற்கும் நாங்கள் பதிலளித்தோம்.

வங்கத்திற்குச் சொந்தமான ஒரு பகுதி இந்திய அரசால் பாகிஸ்தானுக்கு தாரை வார்த்துக் கொடுக்கப் பட்டபோது மேற்கு வங்கத்தின் கருத்தைக் கேட்காமல் அப்படிச் செய்வதற்காக குடியரசு நாளை துக்கநாளாக

கொண்டாடுவோம் என அறிவித்து அந்த அறிவிப்புக் கிணங்க துக்க நாளாகக் கொண்டாடி-அப்படி துக்க நாள் கொண்டாடுகிற நிகழ்ச்சிக்கு தலைமை வகித்தவர் மேற்கு வங்கத்தின் முதலமைச்சராக இருந்த பி.சி. ராய்- பழுத்த தேசியவாதி- காங்கிரஸ்காரர் என்று சட்டமன்றத்தில் நாங்கள் எடுத்துச் சொன்னோம்.

பெருந்தலைவர் காமராசர் தி.மு.கழகத்தைப் பார்த்து ஒரு கேள்வி கேட்டார். "இந்தி எதிர்ப்புப் போராட்டம் என்று தனியாக நீங்கள் ஒரு போராட்டம் நடத்திக் கொண்டிருக்கும் போது ஏன் துக்கநாள் என்று இன்னொரு போராட்டம்?" என்று கேட்டார்,

அதற்கு அண்ணா அவர்கள் "குழம்பு ஊற்றிய பிறகு அதை சுவைத்துப் பார்த்து விட்டு உப்பு குறைவாக இருந்தால் கொஞ்சம் உப்பு போடு என்று கேட்கிறோம். ரசம் ஊற்றும் போதும் உப்பு குறைவாக இருந்தால் இதற்கும் கொஞ்சம் உப்பு போடு என்று தான் சொல்லுவோம். உடனே மனைவி "என்ன நீ! அதற்கும் உப்புப் போடு என்கிறாய்; இதற்கும் உப்புப் போடு என்கிறாய்?" என்று கேட்டால் "நீ சமையல் செய்யும் லட்சணம் அப்படி" என்று கூறுவோம். அது போல காங்கிரஸ் ஆட்சியின் லட்சணம் எந்தப் போராட்டம் நடத்தினாலும் பிரச்சினை தீருவதாக இல்லையே! நான் என்ன செய்ய!' என்று பதிலளித்தார்.

"குடியரசு நாளன்று யாராவது கறுப்புக் கொடி கட்டினால்; கறுப்புத் தோரணங்களை தொங்க விட்டால் அவற்றை அறுத்தெறிவோம்" என்று காங்கிரஸ்காரர்கள் அறிக்கை விட்டார்கள், அப்பொழுது அண்ணா பதிலறிக்கை வெளியிட்டார். அதில் "கழகத் தோழர்களை நான் கேட்டுக் கொள்வேன். 'கறுப்புக்கொடிகளை கட்டுவதோடு உங்கள் வேலை முடியட்டும். அதை யாராவது அறுத்தால் "ஏன் அறுக்கிறாய்? ஏன் அறுக்கிறாய்? ஏன் அவிழ்க்கிறாய்? என்று யாரையும் கேட்காதீர்கள். நாம் கட்டுபவர்களாக இருப்போம். அவர்கள் அறுப்பவர்களா இருக்கட்டும். கறுப்புக்கொடி

மட்டும் கட்டினால் அது சாதாரணச் செய்தியாக வரும் காங்கிரஸ்காரர்கள் அதை அறுத் தெறிந்தால் பத்திரிகைகளில் கொட்டை எழுத்துக்களில் செய்திவரும்" என்று கூறியிருந்தார்.

அந்த வழி நின்றுதான் "அண்ணா ஜோதி ஏந்துங்கள்; தீப்பந்தம் ஏந்தாதீர்கள்" என்று தம்பி கோபால்சாமிக்குச் சொன்னேன்.

குடியரசு நாளிலே இந்தி எதிர்ப்பா? கறுப்புக் கொடியா? என்று கேட்டபோது, அந்த 1965-ம் ஆண்டு சென்னை 66வது வட்டத்திலே பேசிய ஒரு கூட்டத்திலே ஒன்றைக் குறிப்பிட்டேன்.

'ஆங்கிலக்கதை ஒன்றில் வில்லியம்டெல் என்கின்ற வில் வீரனுக்கு ஒரு சோதனை வந்தது. அவனுடைய மகனையே மண்டிபோட்டு உட்கார வைத்து அவன் தலையிலே ஒரு ஆப்பிள் பழத்தை வைத்து "நீ சரியான வில்வீரன் என்றால் உன் மகனுக்குக் காயம் படாமல் அந்த ஆப்பிள் பழத்தை இரண்டு துண்டாக ஆக்கு" என்று சொல்லுகிறார்கள். வில்லியம் டெல்லின் கையில் வில்லும் இருக்கிறது. அம்பும் இருக்கிறது. மகன் எதிரே மண்டியிட்டு உட்கார வைக்கப் பட்டிருக்கிறான். அவன் தலையில் ஆப்பிள் பழம் வைக்கப்பட்டிருக்கிறது. அம்பு பறக்க வேண்டும்; ஆப்பிள் இரண்டு துண்டாக வேண்டும்; ஆனால் மகனுக்கு காயம்ஏற்படக் கூடாது.

எந்தத் தகப்பனாக இருந்தாலும் கைநடுங்கும். வில்வளையாது. அம்பு பாயாது. ஆனால் வில்லியம் டெல் எந்த நடுக்கமும் கொள்ளாமல், தன் மகனுக்கு எந்தக் காயமும் ஏற்படாமல் அந்த ஆப்பிள் பழத்தைக் குறிபார்த்து அம்பெய்து — அதை இரண்டு துண்டுகளாக ஆக்கினான்.

அதைப் போலத்தான் குடியரசு நாள் என்பது மண்டியிட்டு அமர்ந்திருக்கும் மகனைப்போல! இந்தி எதிர்ப்பு என்பது அவனுடைய தலையிலே வைக்கப்பட்ட ஆப்பிளை போல! நாங்கள் மகனுக்கு எந்த சேதமும் வராமல் ஆப்பிளைப் பிளந்து வில்லியம் டெல்லைப் போல் குடியரசு நாளுக்கு எந்தக் களங்கமும் வராமல் இந்தியை எதிர்க்கிறோம்."

என்று பேசினேன்.

இதெல்லாம் பழைய வரலாறு. புதிய தலைமுறைக்குத் தெரியவேண்டும் என்பதற்காகச் சொல்லுகிறேன்.

அந்தப் போராட்டத்தை யொட்டித்தான்- அண்ணா அவர்களுடைய ஆணையை ஏற்றுத்தான் நாடெங்கும் நம்முடைய கழகத்தோழர்களின் இல்லங்களில்-பணி மனைகளில் - கட்சி அலுவலகங்களில் கறுப்புக் கொடிகள் ஏற்றப்பட்டன.

அண்ணா, "பொது இடங்களில் கறுப்புக்கொடியை ஏற்ற வேண்டாம்" என்று கூடச் சொன்னார். அமைதி வழியை நாடுபவர் அண்ணா என்பதற்கு இது ஒரு அடையாளம் "பொது இடங்களில் கறுப்புக்கொடி ஏற்றினால் கூட கலாம் விளையக்கூடும். அமளி மூளக்கூடும். ஆகவே தம்பிகளே! உங்கள் வீடுகளில் அலுவலங்களில் அதைக் கட்டுங்கள்" என்று சொன்னார் அண்ணா.

அப்போது அண்ணா அவர்களும் நாங்களும் 25ம் தேதியே கைது செய்யப்பட்டாலும் கூட கழகத்தின் முன்னணித் தலைவர்கள்-செயல் வீரர்கள் கைது செய்யப் பட்டாலும் கூட எங்களுடைய இல்லங்களிலெல்லாம் கறுப்புக் கொடி பறக்க விடப்பட்டது.

அண்ணா அவர்களின் இல்லத்தில் கறுப்புக்கொடி ஏற்றப்பட்டது. காங்கிரஸ்காரர்கள் அண்ணா அவர்களது வீட்டிற்கே சென்று உச்சியில் ஏறி கொடியை அவிழ்த்தார்கள். அங்கு சிறு அமளி ஏற்பட்டது. அதைப்போல முரசொலி அலுவலகத்தில்; மதியழகன் அவர்களுடைய 'தென்னகம்' அலுவலகத்தில் கறுப்புக்கொடிகள் ஏற்றப் பட்டன. என்னுடைய இல்லத்தில் கறுப்புக்கொடி ஏற்றப் பட்டது. அங்கெல்லாம் வந்து கலகம் செய்தார்கள்.

நண்பர் எஸ். எஸ். இராசேந்திரன் இல்லத்திலும் கறுப்புக்கொடி கட்டப்பட்டது. அவர் வேறு கட்சியில் இருக்கிறார் என்பதற்காக வரலாற்றை மறைக்கக்கூடாது.

இரவோடு இரவாக கயவர்கள் பலர் சூழ காங்கிரஸ் கட்சியின் குண்டர்களையெல்லாம் ஏவி விட்டு காவல் துறையினரே எஸ்.எஸ். இராசேந்திரன் வீட்டில் ஏற்றப்பட்டிருந்த கறுப்புக்கொடியை அவிழ்த்தார்கள். அதை தடுக்க வந்த இராசேந்திரன் மீது வழக்கும் போட்டார்கள்.

நடிப்பிசைப் புலவர் கே.ஆர்.ஆர்.வீட்டிலும் கறுப்புக் கொடி பறக்க விடப்பட்டது.

யார் யார் கொடி ஏற்றினார்களோ அவர்களுடைய பெயர்களை மாத்திரம் சொன்னேன். ஏற்றாதவர்களை யெல்லாம் கண்டிக்கின்ற நாளாக இந்த நாளை நான் கருதவில்லை -அவர்களும் தியாகிகளை பாராட்டுகின்ற காரணத்தால்! அந்த சந்தர்ப்பம் அவர்களுக்கு அப்படி! இந்தச் சந்தர்ப்பம் இப்படி!

அண்மையில் நான் கல்கத்தா மாநாட்டிற்குச் சென்றிருந்தேன். அந்த மாநாட்டில் காஷ்மீரின் முதலமைச்சர் பரூக் அப்துல்லா *"Centre State Relations"* என்கின்ற நூற்று ஐம்பது ரூபாய் மதிப்புள்ள தொகுப்பு புத்தகத்தை என்னிடத்திலே கொடுத்தார்.

அது காஷ்மீரில் நடைபெற்ற எதிர்க்கட்சித் தலைவர்கள் மாநாட்டில் பேசியவர்களுடைய பேச்சுக்களும், அனுப்பப்பட்ட கட்சிகளின் அறிக்கைகளும் தொகுக்கப்பட்ட ஒரு புத்தகம். இந்த புத்தகத்தை டில்லி "விகாஸ் பப்ளிசிங் ஹவுஸ்" என்ற நிறுவனம் வெளியிட்டுள்ளது.

முன்னூறு பக்கங்கள் கொண்ட இந்தபுத்தகத்தில் 74ம் ஆண்டு தி.மு.க. ஆட்சிகாலத்தில் நாம்நிறைவேற்றிய மாநில சுயாட்சி தீர்மானம் குறித்தும், மொழிப்பிரச்சினை குறித்தும் தி.மு. கழகம் கொண்டுள்ள கருத்துக்கள் ஏறத்தாழ 40 பக்கங்கள் இடம் பெற்றிருக்கின்றன.

இதிலே கழக ஆட்சிக் காலத்தின் போது, சட்ட மன்றத்திலே மாநில சுயாட்சி பற்றி நான் ஆற்றிய உரைகள்: காஷ்மீர் மாநாட்டில் சாதிக் எடுத்து சொன்ன கருத்துக்கள்; ராஜமன்னார் குழு அறிக்கையை ஆராய்ந்த மாறன் - செழியன் குழு பரிந்துரையின் அடிப்படையில் கழக அரசு கொண்டு வந்த மாநில சுயாட்சி தீர்மானம்; அது குறித்த கருத்துக்கள் இவைகளெல்லாம் இடம் பெற்றிருக்கின்றன.

அதிலே நாம் சொல்லுகிறோம்.

The Official Language of the Union Government will be all the Languages specified in the Eighth Schedule to the Constitution. Till this is achieved English should continue as the. official language in all the Union Government Departments including Central Secretariat and for purposes of Communication between Centre and states.

"இந்தியாவின் மத்திய ஆட்சி மொழிகளாக அரசியல் சட்டத்தின் எட்டாவது அட்டவணையில் குறிக்கப்பட்டிருக்கின்ற எல்லா மொழிகளும் இடம் பெறவேண்டும்.

எல்லா மொழிகளுக்கும் அந்த தகுதி தரப் பட வேண்டும். அப்படி தகுதி தரப்படுகின்ற வரையில்—அந்த குறிக்கோளை நாம் எட்டுகின்ற வரையில் ஆங்கிலமே இந்தியாவின் ஆட்சி மொழியாக தொடர்பு மொழியாக நீடிக்க வேண்டும்"

இது நம்முடைய கருத்து.

இதைத்தான் அறிஞர் அண்ணா சொன்னார். அதைத்- தான் நாடாளு மன்றத்தில் கலாநிதி பேசினாலும் கோபால்சாமி பேசினாலும், சட்டமன்றத்தில் நான் பேசினாலும், பேராசிரியர் பேசினாலும், துரைமுருகன் பேசினாலும், ரகுமான்கான் பேசினாலும், செல்வராஜோ புருசோத்தமனோ யார் பேசினாலும் இந்தக் கருத்தைத்தான் சொல்கிறோம்.

கல்கத்தாவில் மேற்கு வங்க அரசின் சார்பாக *"A Memorandum On Centre State Relations"* என்கின்ற ஒரு அறிக்கையைக் கொடுத்தார்கள்.

தி.மு.கழகம் மொழிப் பிரச்சினையில் கொண்ட கொள்கையில் ஒரு சிறிது மாறுபாடு கூட அல்ல; எள் முனை யளவு வேறுபாடு இருந்தாலும் கூட அதே கருத்தை மேற்கு வங்க அரசும் கொண்டிருக்கிறது என்பதற்கு அடையாளமாக அவர்கள்.

"Languages mentioned in the Eighth Schedule should be allowed in the work of the governments at the centre and in the state levels. Any citizen of India will have the right to use his Mother Tongue in his dealings with any branch of the Government up to highest stage.

English should continue to be used for all the official purposes of Union along with the Hindi till as long as the people of the Non-Hindi Regions so desire.

எல்லா மொழிகளும் இந்தியாவின் ஆட்சிமொழிகளாக வேண்டும். அந்த அட்டவணையில் நேபாளி மொழியும் சேர்க்கப்பட வேண்டும் என்ற கருத்தை அவர்கள் எடுத்துக் கூறுகின்றார்கள்,

ஆனால் அப்போது வந்த தகராறு அரசியல் சட்டத்திலே *"English Shall Continue"* என்று இருந்ததை மத்திய அரசு கொண்டு வந்த மொழி திருத்த மசோதாவில் *'Shall'* என்பதை மாற்றி *'May'* என்று போட் டார்கள்.

English Shall Continue என்றால், "ஆங்கிலம் நீடித்தே தீரும்"" என்று பொருள். அதை *May Continue* "ஆங்கிலம் நீடிக்கலாம்" என்று மாற்றினார்கள். இது சந்தேகத்திற்குரியது.

பூனை கீழே குதிக்குமா? ஆம்! குதித்தே தீரும்! எந்தப் பக்கம் குதிக்கும்? இந்தப் பக்கமும் குதிக்கலாம்; அந்தப் பக்கமும் குதிக்கலாம். அந்த நேரத்திலே தான் *'May'* வரவேண்டும்.

உறுதியாகச் சொல்லுகின்ற நேரத்தில் *'Shall'* தான் வரவேண்டும். அந்தப் பெரும் போராட்டம் அப்போது. நடைபெற்றது. பிரதமர் நேருவோ, "*Shall* என்றாலும் ஒன்று தான்; *May* என்றாலும் ஒன்று தான்" என்று சொன்னார்.

அதற்கு இராஜாஜி உடனே பளிச்சென்று "அப்படி யானால் *Shall* என்ற வார்த்தையையே இருந்து விட்டு போகட்டுமே" என்றார்.

1948-ம் ஆண்டு அரசியல் நிர்ணய சபையிலே மொழி குறித்து விவாதம் வந்த போது டி.டி. கிருஷ்ண மாச்சாரியார் ஆணித்தரமாக "இந்தி இந்தியா உருவாவதும் உத்திரபிரதேசத்துக்காரன் கையில்தான் இருக்கிறது. ஒன்றுபட்ட இந்தியா உருவாவதும் உத்திரபிரதேசத்துக்காரன் கையில்தான் இருக்கிறது" என்று சொன்னார்.

ஏனென்றால் உத்திர பிரதேசத்துக்காரர்கள்தான் இந்தி வெறியர்களாக இருக்கிறார்கள். இந்தியாவின் ஒருமைப்பாடு நிலைக்க வேண்டும் என்று அவர்கள் கருதுவார்களேயானால் இந்தியை மற்ற மாநிலங்களின் மீது- மற்ற மொழி பேசுகிறவர்கள் மீது திணிக்கின்ற முயற்சியைக் கைவிட வேண்டும். அப்படி கைவிடாவிட்டால் இந்தி இந்தியா உருவாகும். இந்தி இந்தியா உருவானால் தமிழ்நாடு தனியாகும் என்ற அந்தப் பொருளிலே தான் அன்றைக்கே அரசியல் மேதைகள், ஆன்றோர்கள், அறிவார்ந்தவர்கள், சட்ட வல்லுநர்கள் இந்தி ஆதிக் கத்தை எதிர்த்திடும் எழுச்சியைப் புரிந்து கொண்டவர் கள் வாதிட்டார்கள்.

இன்றைக்கும் எந்த நேரத்திலும் அந்த ஆபதது வரலாம். 65ம் ஆண்டு நாம் நடத்திய கிளர்ச்சியின் காரணமாக - தமிழகம்

சிந்திய ரத்தத்தின் காரணமாக தீக்குளித்த தியாகிகளின் கல்லறை தமிழகத்தில் எழுந்ததன் காரணமாக 67ம் ஆண்டு சில திருத்தங்கள் செய்யப்பட்டிருக்கின்றன என்றாலும் கூட அது போதுமானதல்ல.

நாடாளுமன்றத்தில் எந்த நேரத்திலும் சட்டத்தைத் திருத்தி "இந்திமட்டும் தான் ஆட்சிமொழி" என்று சொல்லக் கூடிய வாய்ப்புக் கூறு இருக்கிறது ஆகவேதான் "இந்தி பேசாத மாநில மக்கள் விரும்புகிற வரையில் ஆங்கிலமே ஆட்சி மொழியாக நீடிக்கும்" என்ற நேருவின் வாக்குறுதி அரசியல் சட்டத்திலே இடம் பெற வேண்டும் என்று தி.மு.கழகம் திட்டவட்டமாக சொல்லுகின்றது.

அப்படி இடம் பெறச் செய்ய நாம் எதையும் தியாகம் செய்யத் தயாராக இருக்க வேண்டும் என்பதுதான் தியாகிகளின் நினைவுநாளில் நாம் மேற்கொள்கின்ற சூளுரை.

★ ★ ★

9 788199 657519

Printed at Repro India Ltd.

9 788199 657519

Printed at Repro India Ltd.